पद्मश्री प्राण

रिस हॉर्न, वर्ल्ड इनसायक्लोपेडिया ऑ
कॉमिक्सचे संपादकांनी कार्टुनिस्ट
णला 'वॉल्ट डिस्नी ऑफ इंडिया'
टले आहे.

ांचे कॉमिक्स पिढी दर पिढी वाढणाऱ्या
वतरूणांचा नेहमीसाठी सोबती राहिले
ाहेत. त्यांनी त्यांचे कॅरेक्टर्स चाचा
ेधरी, साबू, श्रीमतीजी, पिंकी, बिल्लू,
न इ. च्या मनोरंजनाचा भरपूर आनंद
तला आहे. त्यांचे ५०० हून अधिक
यटल्स बाजारात सध्या विकले जातात
णि न्यूज पेपर्समध्ये डझनाने स्ट्रिप्स
काशित होतात. चाचा चौधरीवर
ाधारित टीव्ही सिरियलचे ६००
क्षा जास्त भाग सातत्याने एका मुख्य
हिनीवर दाखविण्यात आले. जगातील
नेक देशांचा प्रवास केलेल्या प्राण यांना
म्का बूक ऑफ रेकॉर्डसने 'पिपल ऑ
 द इअर अॅवार्ड' ने सन्मानित करण्यात
ाले आहे. १९८३ मध्ये त्यांचे कॉमिक
क 'रमन, हम एक है' चे प्रकाशन
त्कालिन पंतप्रधान श्रीमती इंदिरा गांधी
ंनी केले होते.

– प्रकाशक

बिल्लू आणि सिक्स पॅक्स
बिल्लू, ती सॉफ्टी माझ्या हवाली कर.
ती मी खरेदी केली आहे.

तुझी ही हिम्मत?

हो... हो.
बळी तोच कान पिळी.

बाय, आता या पुढे मला कधीही नाही म्हणायचे नाही.

ये उंदरा, थांब...

ज़रा माझ्या बुटाचे बंध बांधून दे.
ये मौंदूं, मी काही तुझा नोकर नाही

मला उटल उत्तरे देतोस?

सॉरी मौंदू दादा, माझी चूक झाली.

दुबळे लोक फक्त गुलामी करण्यासाठी असतात.

दुबळ्यांना प्रत्येक जण चिरडित असतो.
व्यायाम कर आणि शक्तिशाली हो.

दुसऱ्या दिवशी
ज़ोजी, आज पिक्चरला जाऊ या ?
सॉरी, आज माझ्याकडे वेळ नाही.

मला बँबोसोबत पिक्चरला जायचे आहे.

बेबी, ही आयस्क्रिमची काडी तुला त्रास देत आहे का?
नाही, बँबो.

चल डार्लिंग, थिएटरला जाऊ या

सरराट ट !

आज काल मुलींना बॉडी बिल्डर मुले हवी असतात.

आपल्या सारख्या अशक्त आणि दुबळ्यांनी योगा आणि मेडिटेशन करण्यामध्ये बिझी रहायला हवे.

आता मीही सिक्स पॅक्स बनवितो, त्याशिवाय कोणी माझा आदर करणार नाही.
बिल्लू जे ठरवितो, ते तो करून दाखवितो.

गामा उस्ताद, मला सिक्स पॅक्स बनवायचे आहेत.
परिश्रम घेतलेस तर नक्की बनविता येतील.

कपडे बदलून घे.

मी तयार आहे.

शाब्बास! जितका घाम गाळशील, तितके चांगलेच आहे.

दम लागला आहे,
..पण तरीही मी केल्याशिवाय राहणार नाही.

न थांबता पन्नास वेळा कर म्हणजे यामुळे मांसपेशी मजबूत होतील.

ओय...

हे प्लास्टर तीन महिने राहील.

सिक्स पॅक्सच्या नादात आधीचे दुबळे अवयव गमावू नकोस म्हणजे झालं.

प्रा०१
याचा चौधरी
आणि
क्रेस्पीची जादू

WASHINGTON

चाचा चौधरी
आणि
क्रिस्पीची जादू
AIRPORT
विमानतळाच्या दिशेने
चाचा चौधरी, आपण इतक्या सकाळी सकाळी विमानलाकडे कशासाठी जात आहोत?
कोणी विशेष व्यक्ती येणार आहे का?
आपण इथे एक विशेष पाहुणे क्रिस्पी, जे वॉशिंग्टन इस्टेट यूएसए वरून येत आहेत, त्यांच्या स्वागतासाठी आलो आहोत.

Inspired
minds

WASHINGTON
No other apple
comes close.
apples@scs-group.com • bestapples.com
facebook.com/WashingtonApples.India
twitter.com/WApplesIndia

...ाच्या पूर्वी कधी मी हे नाव ऐकले नाही.
वॉशिंग्टनमध्ये पिकणारी सफरचंदे जगभरात सर्वाधिक उत्तम आहेत.
पॅसेफिक उत्तर-दक्षिण अमेरिकेमध्ये १,७०,००० एकर जमिनीवर वॉशिंग्टन सफरचंद पिकतात.
तेथील सफरचंद विविध प्रकार, चवीचे आणि रंगाचे असतात.
तुमच्या वेगवान बुद्धिमत्तेचे रहस्य 'एक दिवस, एक सफरचंद' खाणे आहे.
समुद्रसपाटीपासून ३००० फूट उंचीवर असूनही ते ताज्या आणि खनिजयुक्त पाण्यावर शेती करतात.
WASHINGTON
Tasty delight
WASHINGTON
No other apple comes close.
apples@scs-group.com • bestapples.com
facebook.com/WashingtonApples.India
twitter.com/WApplesIndia

मला भूक लागली आहे.
तो बघ आला आपला मित्र क्रिस्पी.
भारतामध्ये तुमचे स्वागत आहे.
WASHINGTON
Wholesome health
WASHINGTON
No other apple comes close.
apples@scs-group.com • bestapples.com
facebook.com/WashingtonApples.India
twitter.com/WApplesIndia

मला विशेष सूत्रांकडून असे कळले आहे की, क्रिस्पी अमेरिकेतून भारतात आला आहे.

आपण त्याचे अपहरण करून चांगली मोठी रक्कम मिळवू शकतो.

थांबा, आम्हाला क्रिस्पीचे अपहरण करायचे आहे.

आम्ही असे ऐकले आहे की तुम्ही वॉशिंग्टन इस्टेट वरून सफरचंद आणले आहेत.

ते डगडगच्या मागच्या भागात ठेवले आहेत.

WASHINGTON

WASHINGTON
No other apple
comes close.
apples@scs-group.com • bestapples.com
facebook.com/WashingtonApples.India
twitter.com/WApplesIndia

Washington Apples
contain almost zero
fat and cholesterol

हुबा... हुबा..!!
धड़ाक् क !
सररार्ट !

धड़ाक् क !
बड़ाक् क !
ते कुठे गेले ?
मी एक सफरचंद खातो.
क्रिस्पी, भारतात तुझे स्वागत असो.
थेट वॉशिंग्टन इस्टेटच्या तुरुंगात.

Washington
Apples

Wholesome health

Healthy eating doesn't get better than this.
Every bite of Washington apples is filled
with juicy goodness.
So go ahead, take another bite!

apples@scs-group.com • bestapples.com
facebook.com/WashingtonApples.India
twitter.com/WApplesIndia

WASHINGTO

No other app
comes close

बिल्लू-पेंटर

उस्ताद हे चित्र कोणाचे आहे?
हा माझे पणजोबा राय बदादूरसिंह यांचा.

हे दुसर चित्र कोणाचे आहे?
माझे आजोबा दिलेर सिंह यांचे.

आणि या तिसऱ्या फ्रेममध्ये कोण आहे?
माझे वडील दबंग सिंह जी.

तुम्हीही तुमचे असेच एक चित्र काढून घ्या.

रुस्तुम ए हिंद बंजरंगी यांचे एक शानदार पोर्टेट.

त्यासाठी एखादा चांगला पेंटर शोधावा लागेल.

बजरंगी, तो उंदिर, बिल्लू पेटिंगही करतो.

त्याच्याकडून तर मी माझे चित्र फुकटात काढून घेईल.

ए उंदरा, थांब...

इथून जाण्याचा टॅक्स भरावा लागेल.

आता तर माझा खिसा रिकामा आहे.
टॅक्स नसेल तर तुला माझे एक छानसे पोर्ट्रेट काढून द्यावे लागेल.

पण, मी तर..

पण, परंतु काहीही चालणार नाही.

ठीक आहे, जशी तुमची इच्छा.

माझ्यासोबत आर्ट स्टुडिओत चला, तिथेच तुमचे चित्र तयार करतो.

आतमध्ये या...

आता जराही हालचाल न करता याच अँगलमध्ये बसून रहा.

बिल्लू, माझे नाक-डोळे जरा छान काढ
तुम्ही काळजी करू नका. मी माझे सर्व टॅलेंट पणाला लावतं

माझ्या धाकदार मिशांची जरा काळजी घे.

बिनधास्त रहा. काहीही सुटणार नाही.

चित्र तयार झाले.

मी माझे सुंदर पोर्टेट पहायला अधीर झालो आहे.

हे काय, मी असा तर दिसत नाही?

मी रिअल नाही तर मॉडर्न आर्ट तयार करतो.

माझा चेहरा बिघडविण्याची शिक्षा.

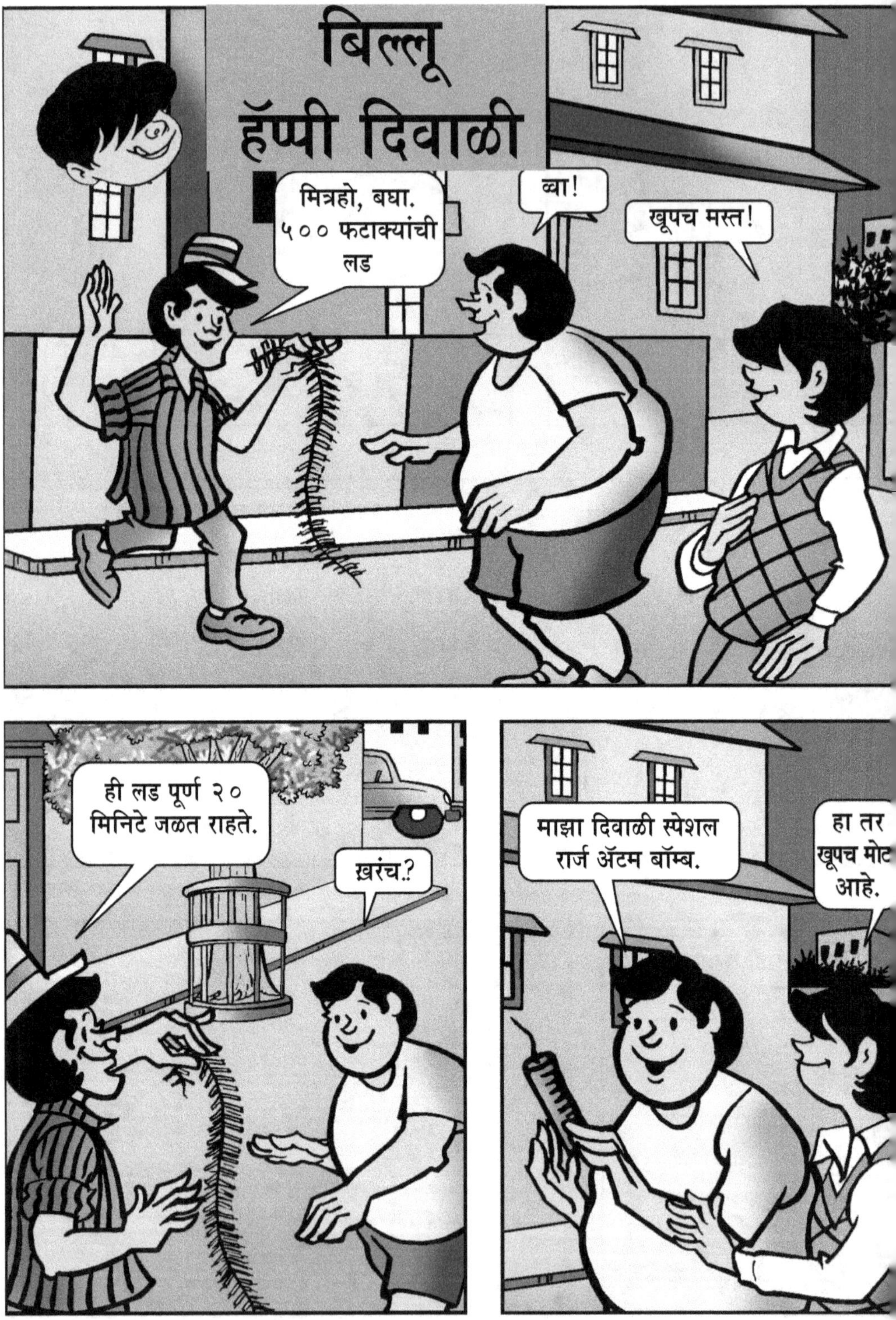

बिल्लू
हॅप्पी दिवाळी

20

माझ्या बॉम्बच्या आवाजाने सर्व धरती हादरेल.
माझी लड तर धमाल करील.

बिल्लू, तुझी आतिषबाजी कुठे आहे?

अरे रे ! या दिवाळीत बिल्लूची तंगी सुरू आहे वाटतं?

माझा फटाका पाहून तुम्ही आश्चर्याने दंग व्हाल. थांबा, आता आणतो.

हा पहा माझा हवाई!

इतके मोठे रॉकेट!
चायनाचे आहे का?
हे आहे मेक इन इंडिया.

आता हे बघा माझे हे हवाई आकाशाला स्पर्श करील,

ब
रू
म
म !!

घराटें !
अरे, कोणी तरी थांबा त्याला !

ते कुठे गेले असेल ?
अमेरिकेत.

बिल्लू फॅशन शो

हाय जानू....

ज़ोजी, तुझ्याशी बोलणे झाल्यामुळे माझा आजचा दिवस छान जाणार आहे.

मी यासाठी फोन केला होता, की...

होय, होय. मी नक्की येईल.

संध्याकाळी

बाळा, कुठे जाण्याची तयारी चालली आहे?
जोजी फॅशन शो मध्ये सहभागी होणार आहे.
त्यासाठी तिने मला निमंत्रित केले आहे.

गर्लफ्रेंडसाठी तर हा पॅरिसलाही जाईल.

आहा! जोजीचा कॅटवॉक पाहणे म्हणजे एक वेगळेचच दृष्य असेल.

मित्रा, कुठे चालला आहेस? हा तर आपला क्रिकेटचा सराव करण्याचा वेळ आहे.
क्रिकेटपेक्षा फॅशन शो जास्त महत्त्वाचा आहे.

हे ??

iss WORLD
मी योग्य वेळेवर आलो आहे. आताच एंट्री सुरू झाली आहे.

तालियां !
व्वा! प्रिटी लूक!

अरे रे ! माझा पाय घसरला.
भरसाट !

धडाक् क !
ओय 5 55!

हा शो नक्कीच संस्मरणीय राहील.

बिल्लू ची गिफ्ट

बिल्लू, एक आठवडाभर कुठे दिसला नाहीस, कुठे गेला होतास? तुझा मोबाईलही नॉट रिचेबल येत होता.
शब्बू, मी परदेशात फिरायला गेलो होतो.
व्वा! फॉरेन टूर !

उगी थापा मारतोय. आपल्या मामाकडे रानीखेतला गेला असेल आणि म्हणतोय फॉरेनला गेलो होतो.

मी खरंच सांगतो...
क्रोणत्या देशात गेला होतास?

माझा फेसबूक फ्रेंड पीटरने मला नॉर्वेमध्ये फिरायला बोलावले होते.

तो नॉर्वे मधील ओसलो शहरात राहतो.
GARMENT'S

धडधडीत खोटं!

मी एक आठवडा ओसलो शहरात राहिलो.
ठीक आहे, ओसलो शहर कसे आहे ते तरी सांग.

तिथे उंच उंच पर्वत आहेत.

बर्फाखाली झाकलेले टेकड्या आणि हिरवी हिरवी गार मैदाने

अधून मधून बर्फही पडत होते. बर्फाच्छादित घरे, रस्ते आणि झाडे झुडपेसुद्धा.

असे तर भारतातील हिल स्टेशनवरही होऊ शकते. कदाचित तू काश्मिरला गेला असशील.

हे बघ माझे मोबाईल स्टेटस.
माझ्या
त्रासोबत
सलोमध्ये

तिथे अनेक लोक पॅराग्लायडिंगची मजा घेत होते.

तिथे आम्ही पॅराग्लायडिंगचा आनंद लुटला.

ओसलोवरून आम्हा मित्रांसाठी काय भेट आणली आहेस?
उंच बर्फाळ टेकड्यावर आम्ही तिरंगा फडकविला.

H &SONS
अरे हो बाबा,

माणूस एखाद्या ठिकाणी फिरायला गेल्यावर आपल्या मित्रांसाठी तिथून काही ना काही भेट नक्कीच आणतो.

...जेव्हा जम्मूला जातो तेव्हा तुझ्यासाठी मेवे आणतो.
आणि मी माझ्या काकाकडे आग्र्याला गेल्यावर तेथील पेठा सर्व मित्रांना वाटून टाकतो.
तर मग ओसलोहून तू आमच्या दोघांसाठी काय आणले आहेस?

चांगलाच अडकलो.

मित्रहो, बर्फाळ ओसलोमध्ये मी तुमच्यासाठी परदेशी बर्फ खरेदी केला होता.

भारतात परत येईपर्यंत वाटेतच ते वितळून गेले.

बिल्लू आणि माशा

मम्मी, एक कप चहा दे.
बाळा, दूध पी.

त्यामध्ये कॅल्शियम असते.
आज चहा पिण्याचा मूड आहे.

ठीक आहे, मी आता तयार करून आणते.

थोड्या वेळानंतर
हे घे माझ्या लाडक्या,

थँक्स मम्मी, तू थोर आहेस.
उगी लोणी लाऊ नको.

नी आंघोळीला जात आहे,

दारात कुणी आले तर पाहशील.

मम्मी, चहामध्ये साखर घालायला विसरली आहे.

धडाम म !
!!
ओय !

अरे, सत्यानाश

ट्रिन न न !
दारामध्ये कोणी तरी आले आहे.

अरे, मोनाच्या घरात इतक्या माशा ?

स्वच्छ भारत अभियान सुरू आहे, तरीही यांच्याकडे स्वच्छता नाही.
चला इथून

बाहेर मोकळ्या हवेत जातो.

कोणाला घाबरून पळून चालला आहेस?
या माशांना.

एक जोराचा हात फिरव

जा, पळा.
बघ, सर्व गेल्या.

त्या पुन्हा आल्या.
पार्कमध्ये जा. तिथे त्या तुला सोडून फुलांवर बसतील.

तुझे म्हणणे बरोबर आहे.
पळा !

बरं झालं, माशांपासून सुटका मिळाली.

अरे, त्या पुन्हा आल्या.
जो पर्यंत माझ्याकडे साखरेचा गोडवा आहे, तोपर्यंत त्या पिच्छा सोडणार नाहीत.

तळ्यामध्ये बुडी मारतो, पाण्याने गोडवा धुऊन निघेल.

छपाक क !..

ओय ! पाण्यात खेकडा होता..

राजकुमारांचं काय चाललं आहे?
गर्लफ्रेंडसोबत नेट चॅटिंग करीत आहे.
बिल्लू नेट चॅटिंग
इंटरनेट आणि विजेचे बिल, कॉम्प्युटर मेंटेनन्स,

पैसे काय झाडाला लागतात?

आजची तरुण पिढी पैशांच्या अपव्ययाशिवाय दुसरे काहीही करीत नाही.

ओह, उफ्!

क्का उगीच माझ्या लाडक्याच्या मागे लागता?

नवीन पिढी चॅटिंग करणार नाही तर मग काय आपण करणार?
त्याला आपल्या मित्रांशी गप्पाच मारायच्या असतील तर त्यांच्या घरी जा म्हणावं आणि त्यांच्या समोर बसून हवं तेवढ्या गप्पा मारा म्हणावं.

मला त्यांच्या गप्पा मारण्याबद्दल काहीही आक्षेप नाही.

पण असा हा वायफळ खर्च मी अजिबात सहन करणार नाही.

आताच्या आता कॉम्प्युटर सोड आणि मैत्रिणीकडे जाऊन बैस.

ज़शी तुमची इच्छा.

घुर्रर्र्र्र्र

मी बचत केली.

बचत नाही, उलट डबल
खर्च वाढविला आहे.

त्याची मैत्रिण बेंगलूरला
राहते.

क्रारच्या पेट्रोलचा
खर्चही आता
तुम्हालाच भरावा
लागेल.

बिल्लू लेट लतिफ

अरे रे! सकाल झाली.
टिंग ! टांग !!
टिंग ! टांग !!
पप्पा, आधी मला आंघोळीला जायचे आहे.

आज तर साहेबजादे राजधआनी एक्सप्रेस झाले आहेत!

होय, रोज तर त्याला झोपेतून उठविण्यासाठी ओरडून ओरडून माझा घसा बसत होता.

नशीब, आज असे काही झाले नाही.
कुंभकर्णात आज झालेला बदल पाहून मी तर परेशान झालो आहे.

तुम्ही तर नेहमी त्याच्या चुकाच शोधता.

बिल्लू फास्ट.

...और !
फास्ट !!
आता माझा मुलगा सुधारत आहे. तो एक योग्य मुलगा बनत चालला आहे.

शरीराला घामाची दुर्गंधी आली नसती तर कोरडी आंघोळही चालली असती.

मम्मी, नाश्ता तयार आहे का?
आता वाढते.

कमाल आहे, महाशय तर आज ओव्हर स्पीडने धावत निघाले आहेत.

आता मी रोज वेळेवर उठणार आहे.

प्रत्येक काम वेळेवर करणार आहे.

तसेच शाळेतही वेळेवर जाईल.

जो वेळेची किंमत ओळखतो, तोच शिखरावर जातो.

बाय मम्मी-पप्पा.

मी इथे स्कूल बस येण्याच्या आधीच आलो आहे.

बिल्लू, चल तुला शाळेत नेऊन सोडतो.
डिंगमार अंकल, माझी स्कूल बस आता येतच असेल.

मी तुझ्या शाळेच्या मागनिच जाणार आहे.
त्यामुळे तुझा वेळ वाचेल.

अंकल या बाजूने चला, इथून शॉर्टकट आहे.
जशी तुझी इच्छा.

इकडून शाळेत जाण्याचा अर्धा वेळ वाचतो.

बरोबर आहे, वेळ मौल्यवान आहे. त्याची बचत करायलाच हवी.

कार मागे घ्या. समोरून मिरवणूक येत आहे.

अंकल गाडी बॅक गिअरमध्ये टाका. आपण दुसऱ्या रस्त्याने जाऊ.

गाडी रिझर्व्हला लागली आहे. तू स्कूल बसने शाळेला जा.

धत् तेर की...

बस थांबवा, मला जायचे आहे.

बसमध्ये गर्दी आहे, आत येऊ शकणार नाहीस.

मला कोणत्याही परिस्थितीत शाळेत जायलाच हवे.

उफ !

आलात, लेट लतिफ महाशय?

तू आज आर्धा दिवस बेंचवर उभा राहशील. ते पाहून इतरांनाही धडा मिळेल.
आज उशीर होण्यात तर माझी काही चूक नव्हती.
मित्रहो, स्टॅच्यु ऑफ लिबर्टी अमेरिकेची शान आहे.
हा आहे स्टॅच्यु ऑफ लेट लतिफ. आपल्या शाळेची शान...
हा ... हा... हा...

www.ingramcontent.com/pod-product-compliance
Lightning Source LLC
Chambersburg PA
CBHW050619160726
48003CB00003B/1251